ਕੈਨੇਡਾ ਦੇ ਸਕੂਲ ਵਿੱਚ ਤੁਹਾਡਾ ਸਵਾਗਤ ਹੈ!

ਮੇਗ ਅਨਗਰ ਅਤੇ ਔਡਰੀਆ ਦੁਲੇ ਵੱਲੋਂ ਲਿਖਿਤ
ਕਿਰਸਟੀਨ ਵਾਈਲੀ ਵੱਲੋਂ ਚਿਤਰਿਤ

ਛੋਟੇ ਹੱਥ ਅਤੇ ਵੱਡੇ ਦਿਲ

ISBN 978-1-7390564-8-3

ਪਿਆਰੇ ਮਪਾਓ,

ਕੈਨੇਡਾ ਦੇ ਸਕੂਲ ਵਿੱਚ ਤੁਹਾਡਾ ਸੁਆਗਤ ਹੈ। ਆਪਣੇ ਬੱਚੇ ਨੂੰ ਇਥੋਂ ਦੇ ਸਕੂਲ ਵਿੱਚ ਪੜ੍ਹਾਉਣ ਬਾਰੇ ਤੁਹਾਡੇ ਮਨ ਵਿੱਚ ਕਈ ਸਵਾਲ ਹੋਣਗੇ, ਜੋ ਕਿ ਇੱਕ ਆਮ ਗੱਲ ਹੈ। ਸਕੂਲ ਦੇ ਅਧਿਆਪਕ ਤੁਹਾਡੇ ਬੱਚੇ ਨੂੰ ਇੱਕ ਚੰਗਾ ਅਤੇ ਸੁਰੱਖਿਅਤ ਮਾਹੌਲ ਦੇਣ ਲਈ ਹਰ ਸਮੇਂ ਇਥੇ ਮੌਜੂਦ ਹਨ। ਆਪਣੇ ਸਵਾਲਾਂ ਦੇ ਜਵਾਬ ਲਈ ਤੁਸੀਂ ਸਕੂਲ ਦੇ ਅਧਿਆਪਕਾਂ ਨਾਲ ਗੱਲ ਕਰ ਸਕਦੇ ਹੋ।

ਤੁਹਾਡਾ ਬੱਚਾ ਅੰਗਰੇਜ਼ੀ ਪੜ੍ਹਾਉਣ ਵਾਲੇ ਅਧਿਆਪਕ ਕੋਲੋਂ ਅੰਗਰੇਜ਼ੀ ਬੋਲਣਾ, ਪੜ੍ਹਨਾ ਅਤੇ ਲਿਖਣਾ ਸਿੱਖੇਗਾ। ਤੁਸੀਂ ਘਰ ਵਿੱਚ ਆਪਣੇ ਬੱਚੇ ਨਾਲ ਮਾਂ ਬੋਲੀ ਵਿੱਚ ਗੱਲ ਕਰਦੇ ਰਹੋ। ਜੋ ਬੱਚੇ ਆਪਣੀ ਮਾਂ-ਬੋਲੀ 'ਤੇ ਚੰਗੀ ਪਕੜ ਰੱਖਦੇ ਹਨ, ਉਹਨਾਂ ਲਈ ਹੋਰ ਭਾਸ਼ਾ ਸਿੱਖਣਾ ਵਧੇਰੇ ਆਸਾਨ ਹੋ ਜਾਂਦਾ ਹੈ।

ਕੈਨੇਡਾ ਦੇ ਸਕੂਲ ਵਿੱਚ ਆਪਣੇ ਬੱਚੇ ਨੂੰ ਪੜ੍ਹਾਉਣ ਲਈ ਸਾਡੇ ਵੱਲੋਂ ਤੁਹਾਨੂੰ ਸ਼ੁਭਕਾਮਨਾਵਾਂ।

ਮੇਗ, ਔਡਰੀਆ ਅਤੇ ਕਿਰਸਟੀਨ

ਇਹ ਕਿਤਾਬ ਕੈਨੇਡਾ ਦੇ ਸਕੂਲ ਵਿੱਚ ਆਪਣੇ ਬੱਚੇ ਨੂੰ ਪੜ੍ਹਾਉਣ ਸਬੰਧੀ ਹਰ ਤਰਹ੍ਾਂ ਦੀ ਜਾਣਕਾਰੀ ਦੇਣ ਵਿੱਚ ਤੁਹਾਡੀ ਮਦਦ ਕਰੇਗੀ।

ਵੱਖ-ਵੱਖ ਸੱਭਿਆਚਾਰਾਂ (ਕਲਚਰ) ਬਾਰੇ ਜਾਣਨਾ

ਅਸੀਂ ਤੁਹਾਨੂੰ ਅਤੇ ਤੁਹਾਡੇ ਸੱਭਿਆਚਾਰ (ਕਲਚਰ) ਨੂੰ ਨਜ਼ਦੀਕ ਤੋਂ ਜਾਣਨਾ ਚਾਹੁੰਦੇ ਹੈ। ਜੇ ਤੁਸੀਂ, ਸਾਨੂੰ ਆਪਣੇ ਸੱਭਿਆਚਾਰ ਬਾਰੇ ਦੱਸਣ 'ਚ ਦਿਲਚਸਪੀ ਰੱਖਦੇ ਹੋ, ਤਾਂ ਅਸੀਂ ਇਸ ਬਾਰੇ ਜਾਣਨ ਲਈ ਹਰ ਸਮੇਂ ਉਤਸੁਕ ਹਾਂ।

ਸਕੂਲਾਂ ਦੀਆਂ ਵੱਖ-ਵੱਖ ਥਾਂਵਾਂ

ਅਸੀਂ ਤੁਹਾਨੂੰ ਸਕੂਲ ਦੀਆਂ ਵੱਖ-ਵੱਖ ਥਾਂਵਾਂ ਅਤੇ ਆਲਾ-ਦੁਆਲਾ ਦਿਖਾਵਾਂਗੇ। ਇੱਥੇ ਵੱਖ-ਵੱਖ ਥਾਂਵਾਂ ਹਨ, ਜਿਹਨਾਂ ਬਾਰੇ ਤੁਸੀਂ ਜਾਣ ਸਕਦੇ ਹੋ।

ਤੁਹਾਡੀ ਸਹਾਇਤਾ ਲਈ ਦਫ਼ਤਰ ਦਾ ਸਟਾਫ਼ ਹਰ ਸਮੇਂ ਮੌਜੂਦ

ਇੱਥੇ ਤੁਹਾਡੀ ਸਹਾਇਤਾ ਲਈ ਇੱਕ ਦਫ਼ਤਰ ਹੈ, ਜਿੱਥੇ ਤੁਹਾਡੀ ਸਹਾਇਤਾ ਲਈ ਸਟਾਫ਼ ਹਰ ਸਮੇਂ ਮੌਜੂਦ ਰਹਿੰਦਾ ਹੈ। ਕਿਸੇ ਵੀ ਤਰਹਾਂ ਦੀ ਸਹਾਇਤਾ ਲਈ ਤੁਸੀਂ ਇੱਥੇ ਪਹੁੰਚ ਕਰ ਸਕਦੇ ਹੋ।

ਆਪਣੀਆਂ ਭਾਵਨਾਵਾਂ ਦੱਸਣ ਲਈ ਸ਼ਬਦ

ਤੁਸੀਂ ਵੱਖ-ਵੱਖ ਸਮੇਂ ਵੱਖੋ-ਵੱਖਰਾ ਮਹਿਸੂਸ ਕਰ ਸਕਦੇ ਹੋ, ਜੋ ਇੱਕ ਆਮ ਗੱਲ ਹੈ।
ਇਹ ਦੱਸਣ ਲਈ ਕਿ ਤੁਸੀਂ ਕਿਸ ਤਰਹ੍ਹਾਂ ਮਹਿਸੂਸ ਕਰ ਰਹੇ ਹੋ, ਇਥੇ ਕੁਝ ਸ਼ਬਦ
ਹਨ।

ਖ਼ੁਸ਼
Happy

ਉਦਾਸ
Sad

ਬੇਚੈਨ
Mad

ਡਰ
Scared

ਬਿਮਾਰ
Sick

ਭੁੱਖੇ
Hungry

ਸਮੱਸਿਆ/ਪਰੇਸ਼ਾਨੀ ਦੇ ਹੱਲ ਲਈ ਜ਼ਰੂਰੀ ਕਦਮ

ਜੇ ਤੁਹਾਨੂੰ ਮਦਦ ਦੀ ਲੋੜ ਹੈ ਤਾਂ ਹੇਠ ਦਿੱਤੀਆਂ ਗੱਲਾਂ ਦੀ ਪਾਲਣਾ ਕਰੋ: 

ਇਸ਼ਾਰਾ ਕਰਕੇ ਆਪਣੇ ਅਧਿਆਪਕ ਨੂੰ ਦੱਸੋ ਕਿ ਸਮੱਸਿਆ ਕੀ ਹੈ।

ਚਿੱਤਰ ਬਣਾ ਕੇ ਆਪਣੀ ਗੱਲ ਸਮਝਾਓ।

ਲੰਮੇ ਸਾਹ ਲਓ।

ਮਦਦ ਲਈ ਆਪਣੇ ਨਾਲ਼ ਬੈਠੇ ਬੱਚੇ ਨਾਲ਼ ਗੱਲ ਕਰਨ ਦੀ ਕੋਸ਼ਿਸ਼ ਕਰੋ।

ਆਪਣੇ ਅਧਿਆਪਕ ਨਾਲ ਗੱਲ ਕਰੋ। ਅਧਿਆਪਕ ਚਾਹੁੰਦੇ ਹਨ ਕਿ ਤੁਸੀਂ ਸੁਰੱਖਿਅਤ ਮਹਿਸੂਸ ਕਰੋ ਅਤੇ ਖ਼ੁਸ਼ ਰਹੋ।

ਦੂਸਰਿਆਂ ਨਾਲ ਕਿਵੇਂ ਗੱਲ ਕਰੀਏ

ਅੰਗਰੇਜ਼ੀ ਵਿੱਚ ਗੱਲ ਕਰਨਾ ਅਤੇ ਸੁਣਨਾ ਅੰਗਰੇਜ਼ੀ ਭਾਸ਼ਾ ਨੂੰ ਸਿੱਖਣ ਦਾ ਆਸਾਨ ਅਤੇ ਵਧੀਆ ਤਰੀਕਾ ਹੈ। ਅੱਖਾਂ ਨਾਲ ਦੇਖੋ, ਕੰਨਾਂ ਨਾਲ ਸੁਣੋ ਅਤੇ ਫ਼ਿਰ ਵਾਰੀ-ਵਾਰੀ ਬੋਲੋ। ਤਰੀਕੇ ਨਾਲ ਆਪਣੀ ਗੱਲ ਦੱਸਣ ਦੀ ਕੋਸ਼ਿਸ਼ ਕਰੋ।

ਗੱਲਬਾਤ ਲਈ ਵਰਤੇ ਜਾਣ ਵਾਲੇ ਸ਼ਬਦ

ਸਿੱਖਣ ਲਈ ਕੁਝ ਮਹੱਤਵਪੂਰਨ ਸ਼ਬਦ ਨਿੱਚੇ ਦਿੱਤੇ ਹਨ।

ਹਾਂ
Yes.

ਨਾ
No.

ਕਿਰਪਾ ਕਰਕੇ
Please.

ਧੰਨਵਾਦ
Thank you.

ਮੈਨੂੰ ਮੁਆਫ਼ ਕਰ ਦਿਓ
I am sorry.

ਮੈਂ ਵਾਸ਼ਰੂਮ ਜਾਣਾ ਹੈ।
I need to go to the washroom.

ਮੇਰੀ ਗੱਲ ਸੁਣੋ।
Excuse me.

ਕੀ ਤੁਸੀਂ ਮੇਰੀ ਮਦਦ ਕਰ ਸਕਦੇ ਹੋ?
Can you help me?

ਸਰੀਰ ਦੇ ਅੰਗਾਂ ਦੇ ਨਾਮ

ਕੀ ਤੁਸੀਂ ਇਹਨਾਂ ਸ਼ਬਦਾਂ ਬਾਰੇ ਦੱਸ ਸਕਦੇ ਹੋ?

ਸਿਰ Head	**ਹੱਥ** Hands
ਅੱਖਾਂ Eyes	**ਉਂਗਲਾਂ** Fingers
ਕੰਨ Ears	**ਕੂਹਣੀ** Elbows
ਮੂੰਹ Mouth	**ਪੇਟ** Stomach
ਦੰਦ Teeth	**ਗੋਡਾ** Knees
ਬਾਂਹ Arms	**ਪੈਰ** Feet

ਬਾਥਰੂਮ ਜਾਂ ਟਾਇਲਟ

ਅਸੀਂ ਤੁਹਾਨੂੰ ਦਿਖਾਵਾਂਗੇ ਕਿ ਵਾਸ਼ਰੂਮ ਕਿੱਥੇ ਹੈ ਅਤੇ ਇਸ ਦੀ ਵਰਤੋਂ ਬਾਰੇ ਤੁਸੀਂ ਆਪਣੇ ਅਧਿਆਪਕ ਨੂੰ ਕਿਵੇਂ ਦੱਸਣਾ ਹੈ। ਤੁਸੀਂ ਆਪਣੇ ਅਧਿਆਪਕ ਨੂੰ ਕਹਿਣਾ ਹੈ, "ਕੀ ਮੈਂ ਵਾਸ਼ਰੂਮ ਜਾ ਸਕਦਾ/ਸਕਦੀ ਹਾਂ?"

"May I use the washroom?"

ਸਕੂਲ ਲਈ ਬੂਟ

ਤੁਹਾਡਾ ਅਧਿਆਪਕ ਤੁਹਾਨੂੰ ਕਲਾਸ ਵਿੱਚ ਸਿਰਫ਼ ਸਕੂਲ 'ਚ ਪਾਉਣ ਵਾਲੇ ਬੂਟ ਲਿਆਉਣ ਲਈ ਕਹਿ ਸਕਦਾ ਹੈ। ਤੁਸੀਂ ਇਹਨਾਂ ਬੂਟਾਂ ਨੂੰ ਕਲਾਸਰੂਮ ਵਿੱਚ ਵੀ ਛੱਡ ਸਕਦੇ ਹੋ।

ਲਾਇਬਰੇਰੀ

ਲਾਇਬਰੇਰੀ ਇੱਕ ਅਜਿਹਾ ਕਮਰਾ ਹੈ ਜਿੱਥੇ ਕਿਤਾਬਾਂ ਰੱਖੀਆਂ ਜਾਂਦੀਆਂ ਹਨ ਅਤੇ ਇੱਥੇ ਤੁਸੀਂ ਉਪਲਬਧ ਕੋਈ ਵੀ ਕਹਾਣੀ ਪੜ੍ਹ ਜਾਂ ਸੁਣ ਸਕਦੇ ਹੋ। ਤੁਸੀਂ ਕਿਤਾਬਾਂ ਘਰ ਲੈ ਜਾ ਸਕਦੇ ਹੋ ਅਤੇ ਅਗਲੇ ਲਾਇਬਰੇਰੀ ਵਾਲ਼ੇ ਦਿਨ ਇਹਨਾਂ ਨੂੰ ਵਾਪਸ ਕਰ ਸਕਦੇ ਹੋ। ਇਹਨਾਂ ਕਿਤਾਬਾਂ ਨੂੰ ਆਪਣੇ ਕੋਲ਼ ਚੰਗੀ ਤਰਹਾਂ ਸੰਭਾਲ ਕੇ ਰੱਖੋ।

ਮਿਊਜ਼ਿਕ (ਸੰਗੀਤ) ਕਲਾਸ

ਇੱਥੇ ਇੱਕ ਮਿਊਜ਼ਿਕ ਰੂਮ ਹੈ ਜਿੱਥੇ ਤੁਸੀਂ ਸੰਗੀਤ ਅਤੇ ਸਾਜ਼ ਵਜਾਉਣਾ
ਸਿੱਖ ਸਕਦੇ ਹੋ।

ਜੀਮ

ਜਿੰਮ ਇੱਕ ਵੱਡਾ ਕਮਰਾ ਹੈ ਜਿੱਥੇ ਤੁਸੀਂ ਗੇਮਾਂ ਖੇਡ ਸਕਦੇ ਹੋ। ਸੀਟੀ ਦੀ ਆਵਾਜ਼ ਸੁਣਨ 'ਤੇ ਰੁਕੋ ਅਤੇ ਦੇਖੋ ਕਿਉਂਕਿ ਹੋ ਸਕਦਾ ਹੈ ਕਿ ਅਧਿਆਪਕ ਤੁਹਾਨੂੰ ਕੁਝ ਦਿਖਾਉਣ ਜਾਂ ਦੱਸਣ ਦੀ ਕੋਸ਼ਿਸ਼ ਕਰ ਰਿਹਾ ਹੋਵੇ।

ਅਸੈਂਬਲੀਆਂ

ਸਾਡੇ ਕੋਲ ਅਸੈਂਬਲੀਆਂ ਦੀ ਸਹੂਲਤ ਹੈ ਜਿੱਥੇ ਵੱਖ-ਵੱਖ ਕਲਾਸਾਂ ਦੇ ਵਿਦਿਆਰਥੀ ਕੁਝ ਨਵਾਂ ਸਿੱਖਣ ਜਾਂ ਪੇਸ਼ਕਾਰੀਆਂ ਦੇਖਣ ਲਈ ਇਕੱਠੇ ਹੁੰਦੇ ਹਨ। ਅਸੀਂ ਇੱਥੇ ਇਕੱਠੇ ਬੈਠ ਕੇ ਸਭ ਦੇਖਦੇ ਅਤੇ ਸੁਣਦੇ ਹਾਂ।

ਐਮਰਜੈਂਸੀ ਸਥਿਤੀਆਂ ਲਈ ਡਰਿੱਲ

ਡਰਿੱਲ ਦੌਰਾਨ ਕਿਸੇ ਵੀ ਤਰਹਾਂ ਦੀ ਐਮਰਜੈਂਸੀ ਲਈ ਪਰੈਕਟਿਸ ਕਰਵਾਈ ਜਾਂਦੀ ਹੈ। ਤੁਹਾਨੂੰ ਉੱਚੀ ਆਵਾਜ਼ ਵਿੱਚ ਅਲਾਰਮ ਸੁਣਾਈ ਦੇ ਸਕਦਾ ਹੈ, ਜੋ ਇਸ ਗੱਲ ਦਾ ਸੰਕੇਤ ਹੈ ਕਿ ਅਜਿਹੀ ਸਥਿਤੀ ਵਿੱਚ ਕੀ ਕਰਨਾ ਹੈ। ਅਜਿਹੇ ਸਮੇਂ ਸ਼ਾਂਤ ਰਹੋ।

ਰਸੈਸ (ਅੱਧੀ ਛੁੱਟੀ)

ਰਿਸੈਸ ਦੇ ਸਮੇਂ ਅਸੀਂ ਬਾਹਰ ਜਾਂਦੇ ਹਾਂ ਅਤੇ ਇੱਥੇ ਬੱਚਿਆਂ ਦੀ ਨਿਗਰਾਨੀ ਲਈ ਸਾਡਾ ਸਟਾਫ਼ ਹਮੇਸ਼ਾ ਮੌਜੂਦ ਰਹਿੰਦਾ ਹੈ। ਜੇ ਤੁਹਾਨੂੰ ਕੋਈ ਪਰੇਸ਼ਾਨੀ ਹੁੰਦੀ ਹੈ ਜਾਂ ਮਦਦ ਦੀ ਲੋੜ ਹੈ ਤਾਂ ਤੁਸੀਂ ਸਟਾਫ਼ ਨੂੰ ਦੱਸੋ। ਰਿਸੈਸ ਦੇ ਸਮੇਂ ਜ਼ਿਆਦਾਤਰ ਕਲਾਸਾਂ ਬਾਹਰ ਹੀ ਹੁੰਦੀਆਂ ਹਨ।

ਪਾਉਣ ਲਈ ਵੱਖ-ਵੱਖ ਕੱਪੜੇ

ਮੌਸਮ ਬਹੁਤ ਹੀ ਠੰਢਾ, ਬਰਫ਼ਬਾਰੀ ਵਾਲਾ ਜਾਂ ਗਰਮ ਹੋ ਸਕਦਾ ਹੈ। ਤੁਹਾਨੂੰ ਵੱਖ-ਵੱਖ ਕੱਪੜਿਆਂ ਜਾਂ ਬੂਟਾਂ ਦੀ ਲੋੜ ਹੋ ਸਕਦੀ ਹੈ। ਮੌਸਮ ਦੇ ਹਿਸਾਬ ਨਾਲ ਅਜਿਹੇ ਕੱਪੜੇ ਪਾਓ ਜੋ ਤੁਹਾਡੇ ਲਈ ਆਰਾਮਦਾਇਕ ਹੋਣ। ਤੁਹਾਨੂੰ ਜ਼ਿਆਦਾ ਗਰਮ ਜਾਂ ਠੰਢੇ ਕੱਪੜੇ ਪਾਉਣ ਦੀ ਜ਼ਰੂਰਤ ਨਹੀਂ।

ਕੀ ਤੁਸੀਂ ਇਹਨਾਂ ਬਾਰੇ ਦੱਸ ਸਕਦੇ ਹੋ?

ਬੂਟ
Boots

ਦਸਤਾਨੇ
Gloves

ਕੋਟ
Coat

ਛਤਰੀ
Umbrella

ਸਵੈਟਰ
Sweater

ਕੰਨਾਂ ਨੂੰ ਢੱਕਣ ਵਾਲਾ ਮਫ਼ਲਰ
Earmuffs

ਟੂਕ
Toque

ਸਨੋਸੂਟ
Snowsuit

ਸਕਾਰਫ਼
Scarf

ਜੁਰਾਬਾਂ
Socks

ਸਹੀ ਤੇ ਸੁਰੱਖਿਅਤ ਢੰਗ ਨਾਲ ਲਾਈਨ 'ਚ ਲੱਗਣਾ

ਜਦੋਂ ਅਸੀਂ ਲਾਈਨ ਬਣਾਉਂਦੇ ਹਾਂ, ਅਸੀਂ ਹਿੱਲਜੁਲ ਜਾਂ ਧੱਕਾ-ਮੁੱਕੀ ਨਹੀਂ ਕਰਦੇ। ਇਸ ਦੀ ਬਜਾਏ, ਅਸੀਂ ਲਾਈਨ ਦੇ ਅਖੀਰ ਵਿੱਚ ਜਾ ਕੇ ਖੜ੍ਹੇ ਹੋ ਜਾਂਦੇ ਹਾਂ।

ਅੰਗਰੇਜ਼ੀ ਭਾਸ਼ਾ ਸਿਖਾਉਣ ਵਾਲੇ ਅਧਿਆਪਕ

ਸਾਰੇ ਅਧਿਆਪਕ ਤੁਹਾਡੀ ਮਦਦ ਲਈ ਹਮੇਸ਼ਾ ਤਿਆਰ ਰਹਿੰਦੇ ਹਨ।
ਅੰਗਰੇਜ਼ੀ ਬੋਲਣਾ, ਪੜ੍ਹਨਾ ਅਤੇ ਲਿਖਣਾ ਸਿੱਖਣ ਵਿੱਚ ਤੁਹਾਡੀ ਮਦਦ ਲਈ
ਇੱਥੇ ਅੰਗਰੇਜ਼ੀ ਭਾਸ਼ਾ ਦਾ ਅਧਿਆਪਕ ਹੋਵੇਗਾ।

ਲੋਕਾਂ ਦਾ ਵੱਖੋ-ਵੱਖਰਾ ਖਾਣ-ਪੀਣ

ਹਰ ਕਿਸੇ ਦਾ ਖਾਣ-ਪੀਣ ਵੱਖੋ-ਵੱਖਰਾ ਹੁੰਦਾ ਹੈ ਅਤੇ ਤੁਸੀਂ ਆਪਣੀ ਪਸੰਦ ਦਾ ਭੋਜਨ ਖਾ ਸਕਦੇ ਹੋ। ਕਈ ਵਾਰ ਬੱਚਿਆਂ ਨੂੰ ਕਿਸੇ ਖ਼ੁਰਾਕ ਜਿਵੇਂ ਨਟਸ (ਗਿਰੀ) ਤੋਂ ਐਲਰਜੀ ਹੁੰਦੀ ਹੈ, ਇਸ ਲਈ ਅਸੀਂ ਇਹ ਸਕੂਲ ਵਿੱਚ ਨਹੀਂ ਖਾ ਸਕਦੇ।

ਛੁੱਟੀਆਂ ਅਤੇ ਸੱਭਿਆਚਾਰਕ ਸਮਾਗਮ

ਅਸੀਂ ਕੈਨੇਡਾ ਵਿੱਚ ਵੱਖ-ਵੱਖ ਛੁੱਟੀਆਂ ਮਨਾਉਂਦੇ ਹਾਂ। ਅਸੀਂ ਵੈਲੇਨਟਾਈਨ ਡੇਅ ਮਨਾਉਂਦੇ ਹਾਂ, ਜਿਸਨੂੰ ਫਰੈਂਡਸ਼ਿਪ ਡੇਅ ਵਜੋਂ ਵੀ ਜਾਣਿਆ ਜਾਂਦਾ ਹੈ। ਵਿਦਿਆਰਥੀ ਇਸ ਦਿਨ-ਇੱਕ ਦੂਜੇ ਲਈ ਕਾਰਡ ਲੈ ਕੇ ਆਉਂਦੇ ਹਨ।

ਨੰਬਰ

ਇਹਨਾਂ ਨੰਬਰਾਂ ਦੀ ਪਰੈੱਕਟਿਸ ਕਰੋ ਅਤੇ ਚੀਜ਼ਾਂ ਦੀ ਗਿਣਤੀ ਕਰਨਾ ਸਿੱਖੋ।

1	**ਇੱਕ ਰੁੱਖ** one tree	
2	**ਦੋ ਫੁੱਲ** two flowers	 
3	**ਤਿੰਨ ਕਾਰਾਂ** three cars	  
4	**ਚਾਰ ਘਰ** four houses	   
5	**ਪੰਜ ਕੁੱਤੇ** five dogs	    

ਅੰਗਰੇਜ਼ੀ ਵਿੱਚ 10 ਤੱਕ ਨੰਬਰ ਗਿਣਨ ਅਤੇ ਪਿਰੰਟ ਕਰਨ ਦੀ ਕੋਸ਼ਿਸ਼ ਕਰੋ।

1 2 3 4 5 6 7 8 9 10

ਰੰਗਾਂ ਦੇ ਨਾਮ

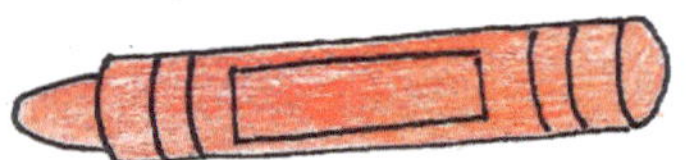

ਲਾਲ

Red

ਸੰਤਰੀ

Orange

ਪੀਲਾ

Yellow

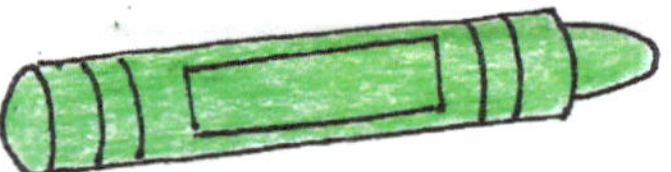

ਹਰਾ

Green

ਨੀਲਾ

Blue

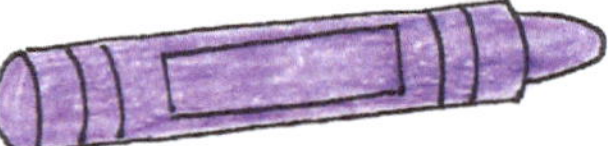

ਜਾਮਨੀ

Purple

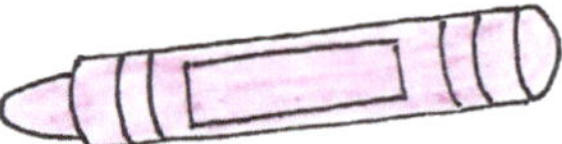

ਗੁਲਾਬੀ

Pink

ਚਿੱਟਾ

White

ਕਾਲਾ

Black

ਭੂਰਾ

Brown

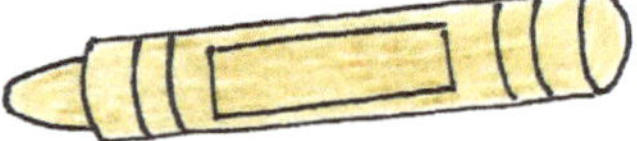

ਗੋਲਡ

Gold

ਸਲੇਟੀ

Grey

ਵਰਤਣ ਲਈ ਚੀਜ਼ਾਂ

ਇਹ ਕੁਝ ਚੀਜ਼ਾਂ ਹਨ ਜੋ ਅਸੀਂ ਸਕੂਲ ਵਿੱਚ ਵਰਤਦੇ ਹਾਂ।

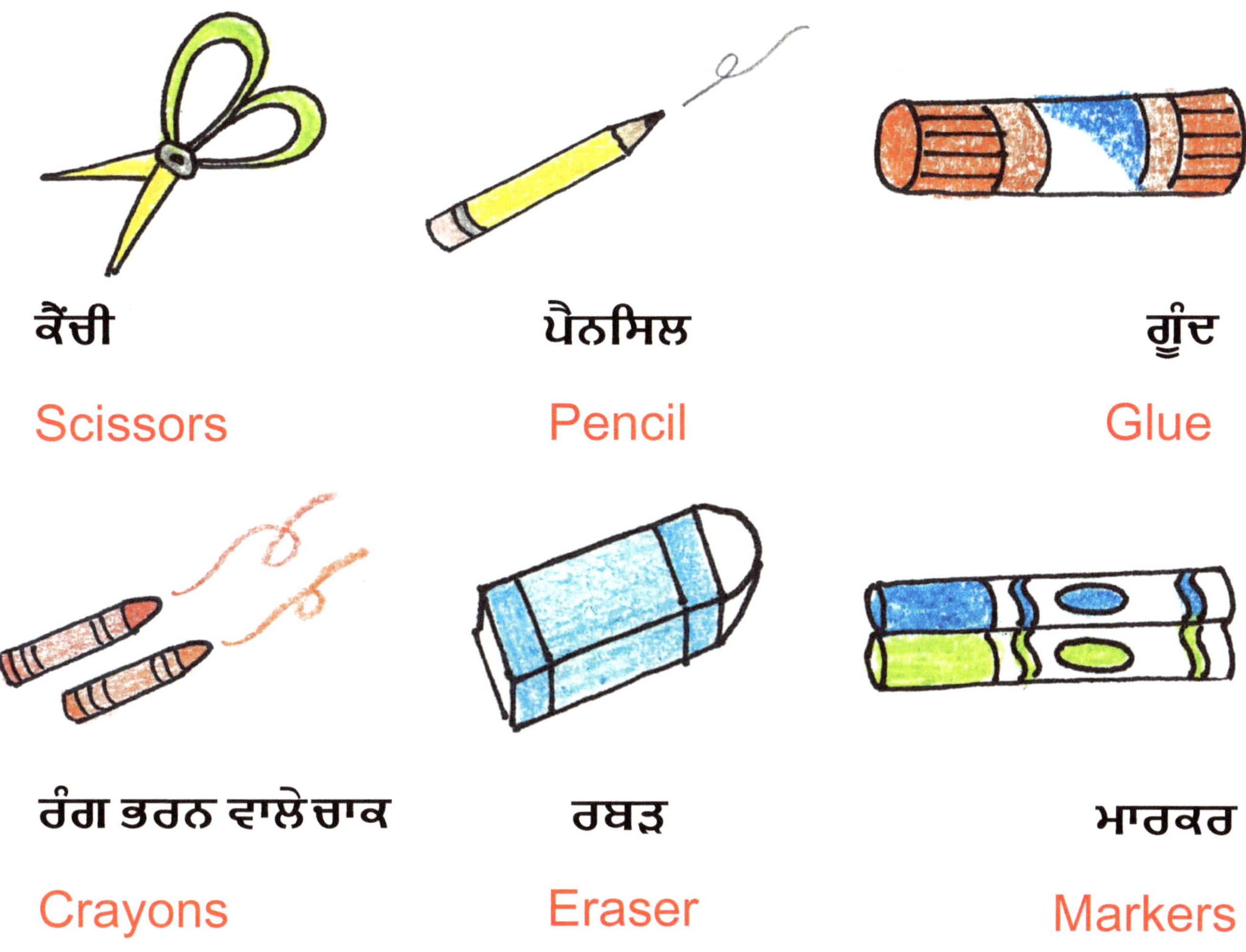

ਇਹ ਗੱਲਾਂ ਯਾਦ ਰੱਖੋ ❤️

ਜੇ ਤੁਹਾਨੂੰ ਮਦਦ ਦੀ ਲੋੜ ਹੈ ਤਾਂ ਦੱਸੋ।

ਦੇਖੋ ਕਿ ਦੂਜੇ ਬੱਚੇ ਕੀ ਕਰ ਰਹੇ ਹਨ।

ਆਪਣੀ ਪੂਰੀ ਕੋਸ਼ਿਸ਼ ਕਰੋ।

ਦੂਜਿਆਂ ਨੂੰ ਸੁਣੋ ਅਤੇ ਵਾਰੀ ਅਨੁਸਾਰ ਗੱਲ ਕਰੋ।

ਲੰਮੇ ਸਾਹ ਲਓ।

ਨਿਡਰ ਰਹੋ।

ਅਸੀਂ ਬਹੁਤ ਖ਼ੁਸ਼ ਹਾਂ ਕਿ ਤੁਸੀਂ ਕੈਨੇਡਾ ਦੇ ਸਕੂਲ ਵਿੱਚ ਆਪਣੇ ਬੱਚੇ ਨੂੰ ਪੜ੍ਹਾਉਣ ਬਾਰੇ ਸੋਚਿਆ ਹੈ। ਅਸੀਂ ਉਮੀਦ ਕਰਦੇ ਹਾਂ ਕਿ ਇਹ ਕਿਤਾਬ ਕੈਨੇਡਾ ਦੇ ਸਕੂਲ ਵਿੱਚ ਆਪਣੇ ਬੱਚੇ ਨੂੰ ਪੜ੍ਹਾਉਣ ਸਬੰਧੀ ਜਾਣਕਾਰੀ ਪਰ੍ਦਾਨ ਕਰਨ ਵਿੱਚ ਤੁਹਾਡੇ ਲਈ ਵਧੇਰੇ ਮਦਦਗਾਰ ਸਾਬਿਤ ਹੋਵੇਗੀ।

ਸਰੋਤ

ਬਿਰੂਟਿਸ਼ ਕੋਲੰਬੀਆ (BC) ਵਿੱਚ ਆਉਣ ਵਾਲਿਆਂ ਲਈ ਗਾਈਡ
ਵੈੱਬਸਾਈਟ https://www.welcomebc.ca 'ਤੇ ਜਾਓ।

ਿਰਟਸ਼ ਕੋਲੰਬੀਆ ਵਿੱਚ ਆਉਣ ਵਾਲਿਆਂ ਲਈ ਇਹ ਗਾਈਡ ਤੁਹਾਨੂੰ ਜਾਣਕਾਰੀ ਜਿਵੇਂ ਡਾਕਟਰ ਅਤੇ ਹੋਰ ਡਾਕਟਰੀ ਸੇਵਾਵਾਂ ਲੱਭਣ, ਤੁਹਾਡਾ BC ਸੇਵਾ ਕਾਰਡ ਪ੍ਰਾਪਤ ਕਰਨ ਅਤੇ ਤੁਹਾਡੇ ਬੱਚੇ ਨੂੰ ਸਕੂਲ ਵਿੱਚ ਰਿਜਸਟਰ ਕਰਨ ਵਿੱਚ ਮਦਦ ਕਰੇਗੀ। ਇਹ ਗਾਈਡ 13 ਭਾਸ਼ਾਵਾਂ ਵਿੱਚ ਉਪਲਬਧ ਹੈ। ਇਸ ਵਿੱਚ BC 'ਚ ਸੈਟਲ ਹੋਣ ਸਬੰਧੀ ਸੇਵਾਵਾਂ ਬਾਰੇ ਜਾਣਕਾਰੀ ਵੀ ਉਪਲਬਧ ਹੈ। ਸੈਟਲਮੈਂਟ ਸੇਵਾਵਾਂ ਉਹ ਪ੍ਰੋਗਰਾਮ ਅਤੇ ਸੇਵਾਵਾਂ ਹਨ ਜੋ ਕੈਨੇਡਾ ਆਉਣ ਵਾਲਿਆਂ ਦੀ ਮਦਦ ਲਈ ਹਨ। ਇਹ ਸੇਵਾਵਾਂ ਤੁਹਾਨੂੰ ਨੌਕਰੀ ਲੱਭਣ, ਭਾਸ਼ਾ ਦੀਆਂ ਕਲਾਸਾਂ ਲੈਣ ਸਬੰਧੀ ਰਿਜਸਟਰ ਕਰਨ, ਸਥਾਨਕ ਸੱਭਿਆਚਾਰ ਅਤੇ ਰੀਤੀ-ਰਿਵਾਜਾਂ ਅਤੇ ਕੈਨੇਡਾ ਵਿੱਚ ਤੁਹਾਡੇ ਅਧਿਕਾਰਾਂ ਨੂੰ ਸਮਝਣ ਵਿੱਚ ਮਦਦ ਕਰ ਸਕਦੀਆਂ ਹਨ। ਸੈਟਲਮੈਂਟ ਸੇਵਾਵਾਂ ਪੂਰੀ ਤਰ੍ਹਾਂ ਮੁਫ਼ਤ ਹਨ ਜੋ ਤੁਹਾਡੀ ਭਾਸ਼ਾ ਵਿੱਚ ਪ੍ਰਦਾਨ ਕੀਤੀਆਂ ਜਾਂਦੀਆਂ ਹਨ ਅਤੇ ਇਸ ਵਿੱਚ ਤੁਹਾਡੀ ਜਾਣਕਾਰੀ ਨੂੰ ਗੁਪਤ ਰੱਖਿਆ ਜਾਂਦਾ ਹੈ।

ਸਕੂਲ: ਅੰਗਰੇਜ਼ੀ ਭਾਸ਼ਾ ਸਿੱਖਣ ਲਈ ਪ੍ਰੋਗਰਾਮ (ELL)

ਜ਼ਿਆਦਾਤਰ ਸਕੂਲਾਂ ਵਿੱਚ ਅੰਗਰੇਜ਼ੀ ਭਾਸ਼ਾ ਸਿੱਖਣ ਸਬੰਧੀ ਸੇਵਾਵਾਂ ਉਪਲਬਧ ਹਨ, ਜੋ ਵਿਦਆਰਥੀਆਂ ਨੂੰ ਬਿਹਤਰ ਅਤੇ ਸੌਖੇ ਢੰਗ ਨਾਲ ਅੰਗਰੇਜ਼ੀ ਭਾਸ਼ਾ ਵਿੱਚ ਮਦਦ ਕਰਦੀਆਂ ਹਨ। ਆਪਣੇ ਸਕੂਲ ਤੋਂ ELL ਸੇਵਾਵਾਂ ਬਾਰੇ ਪੁੱਛੋ ਅਤੇ ਆਪਣੇ ਬੱਚੇ ਬਾਰੇ ਅਧਿਆਪਕਾਂ ਨਾਲ ਗੱਲ ਕਰੋ।

ਸਕੂਲਾਂ ਵਿੱਚ ਸੈਟਲਮੈਂਟ ਵਰਕਰ (SWIS)

SWIS ਵਰਕਰ ਕੈਨੇਡਾ ਵਿੱਚ ਆਉਣ ਵਾਲੇ ਪਿਰਵਾਰਾਂ ਲਈ ਉਪਲਬਧ ਸੇਵਾਵਾਂ ਬਾਰੇ ਜਾਣਕਾਰੀ ਪ੍ਰਦਾਨ ਕਰਦੇ ਹਨ। ਕਿਸੇ SWIS ਵਰਕਰ ਨਾਲ ਸੰਪਰਕ ਸਬੰਧੀ ਜਾਣਕਾਰੀ ਤੁਹਾਡੇ ਸਕੂਲ ਤੋਂ ਮਿਲ ਸਕਦੀ ਹੈ। ਉਹ ਸੇਵਾਵਾਂ ਲਈ ਫਾਰਮ ਭਰਨ, ਰੈਫਰਲ ਪ੍ਰਦਾਨ ਕਰਨ ਅਤੇ ਕਿਮਊਨਿਟੀ ਸਰੋਤਾਂ ਨਾਲ ਤੁਹਾਡੀ ਮਦਦ ਕਰ ਸਕਦੇ ਹਨ।

ਜਾਣਕਾਰੀ ਲਈ ਵੈੱਬਸਾਈਟਾਂ:

Starfall.com

Numberock.com

ABCya.com

Uniteforliteracy.com

Storybookscanada.ca

Epic: Getepic.com

Raz Kids: literacy.learninga-z.com

Gobierno de Canadá: https://kidsnewtocanada.ca/

ਹੋਰ ਜਾਣਕਾਰੀ ਲਈ ਯੂ-ਟਿਊਬ(YouTube) 'ਤੇ ਇਹ ਚੈਨਲ ਦੇਖੋ:

Alphablocks	Have Fun Teaching
Numberblocks	Storybots
Super WHY	Word World
Wild Kratts	Meet the Phonics
Jack Hartmann	Duolingo

ਅੰਤਿਮ ਵਿਚਾਰ... ❤️

ਆਲੇ-ਦੁਆਲੇ ਦੀ ਦੁਨੀਆ ਨੂੰ ਬਿਹਤਰ ਤਰੀਕੇ ਨਾਲ ਸਮਝਣ ਵਿੱਚ ਆਪਣੇ ਬੱਚੇ ਦੀ ਮਦਦ ਲਈ ਘਰ ਵਿੱਚ ਬੱਚੇ ਨਾਲ ਮਾਂ ਬੋਲੀ ਵਿੱਚ ਗੱਲ ਕਰਦੇ ਰਹੋ। ਜ ਮਾਂ ਬੋਲੀ ਵਿੱਚ ਬੱਚੇ ਦੀ ਪਕੜ ਮਜ਼ਬੂਤ ਹੋਵੇਗੀ ਤਾਂ ਬੱਚਾ ਹੋਰ ਭਾਸ਼ਾ ਵਧੇਰੇ ਆਸਾਨੀ ਨਾਲ ਸਿੱਖ ਸਕਦਾ ਹੈ।